This book belongs to

____

First published in Great Britain by TUEMS Children's Books in 2022

TUEMS Children's Books is an imprint of TUEMS Publishing

Part of TUEMS Limited

ISBN: 978-1-915332-02-8

A CIP catalogue record for this book is available from the British Library.

Special thanks to Inioluwa Kuti for the brilliant job done, drawing some of the beautiful illustrations in this book. Massive thank you to all my family members for their support during the time of putting this book together.

YORUBA LANGUAGE

Written by

F.O. KUTI

Álífábẹ́ẹ̀tì Yorùbá

(*Yoruba Alphabets*)

1

Álífábẹ́ẹ̀tì Yorùbá kékeré àti ńlá

(Yoruba alphabets in small and capital letters)

Aa Bb Dd Ee Ẹẹ

Ff Gg GBgb Hh Ii

Jj Kk Ll Mm Nn

Oo Ọọ Pp Rr Ss

Ṣṣ Tt Uu Ww Yy.

2

A kò ní àwọn álífábẹ̀ẹ̀tì márún (5) nínú èdè Yorùbá. Àwọn álífábẹ̀ẹ̀tì yi ni C, Q, V, X ati Z.

(In Yoruba language, we have 25 alphabets that we combine together to form Yoruba words. Yoruba alphabets do not have 5 letters that are in English Alphabet. These are C, Q, V, X and Z).

ÁLÍFÁBẸ́ẸTÌ PẸ̀LÚ ÀPẸRẸ

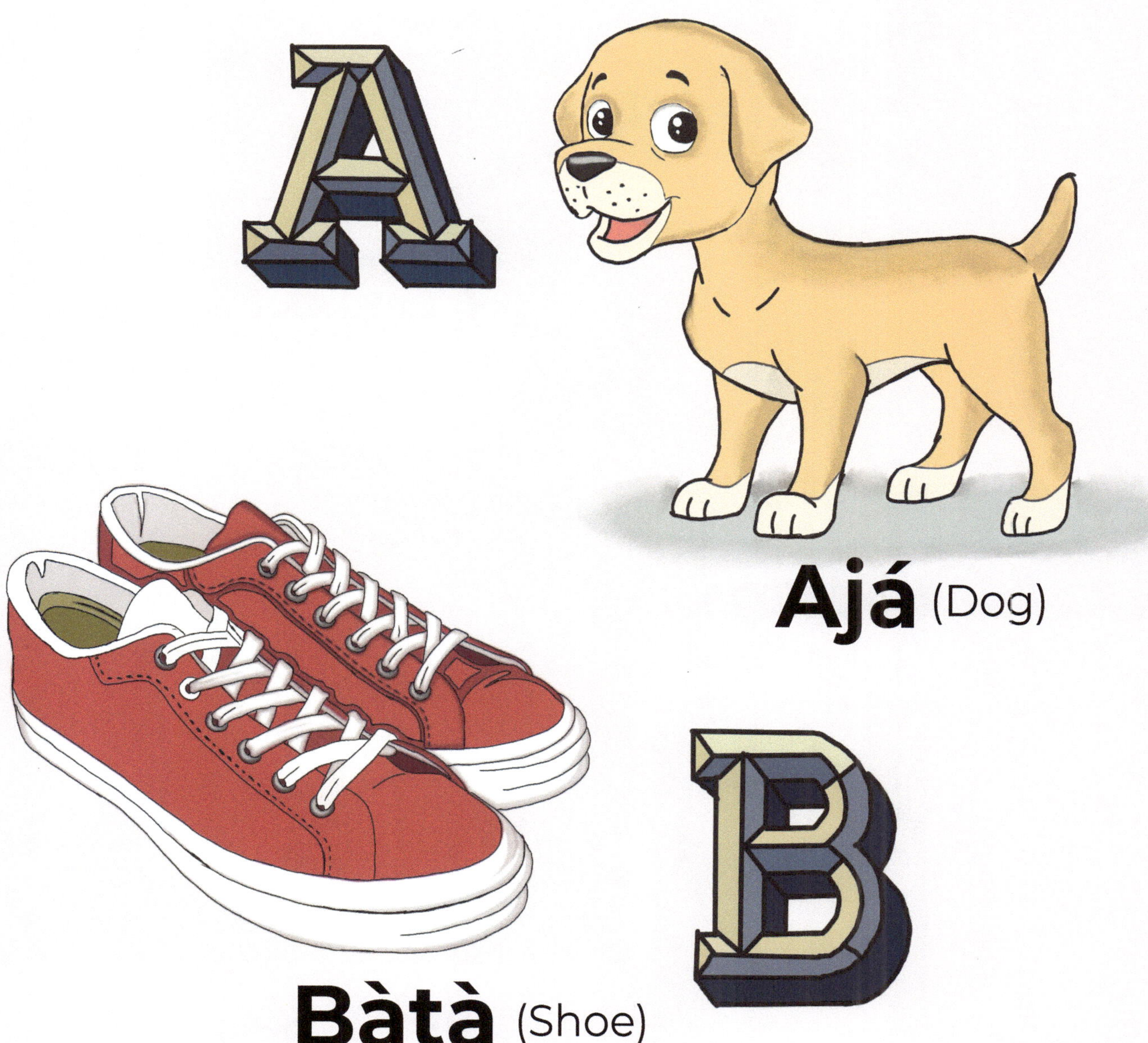

Ajá (Dog)

Bàtà (Shoe)

Dòjé (Sickle)

Ejò (Snake)

Ẹyẹ
(Bird)

Fìlà (Cap)

6

Gèlè (Head gear)

⑦ **Gbáàgúdá** (Cassava)

Haúsá

(A major tribe in the Northern part of Nigeria)

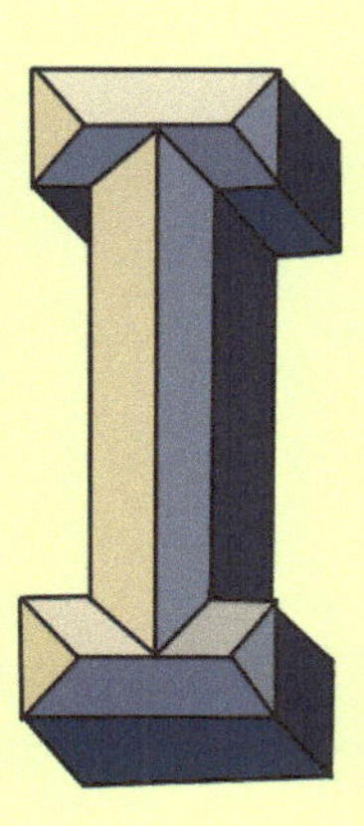

Igi (Tree)

Jagunjagun
(Warrior)

Kìnìún (Lion)

Labalábá
(Butterfly)

Màálù (Cow)

Námà (Raw meat)

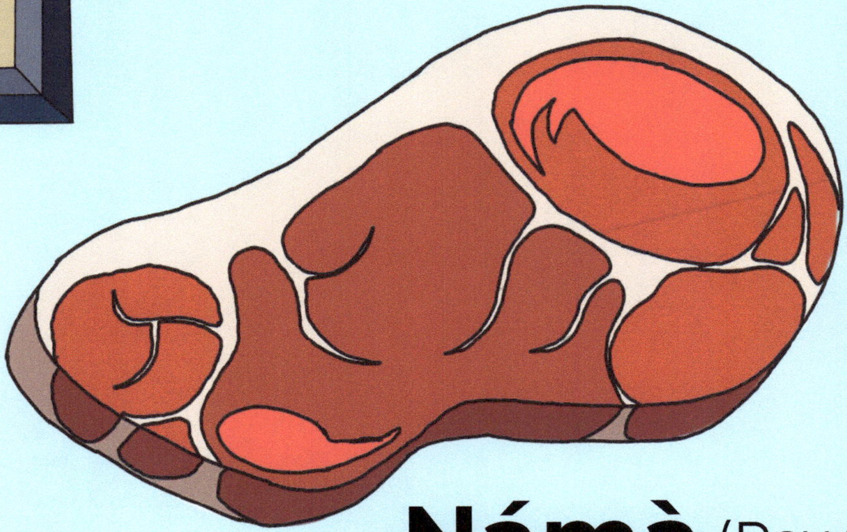

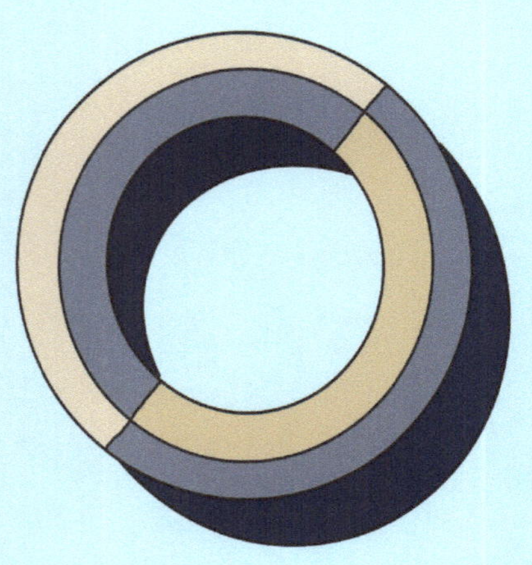

Owó (Money)

Ọmọ (Baby)

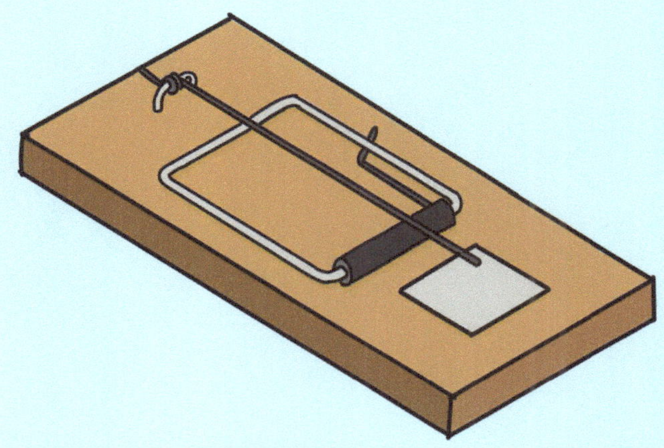

Pàkúté (Trap)

Rakúnmí (Camel)

Sálúbàtà (Sandal)

Ṣẹ̀kẹ̀rẹ̀ (Percussion)

Tata (Grasshopper) 14

U

Úkùúkù

(Foreigner living among The Yorubas within Nigeria)

W

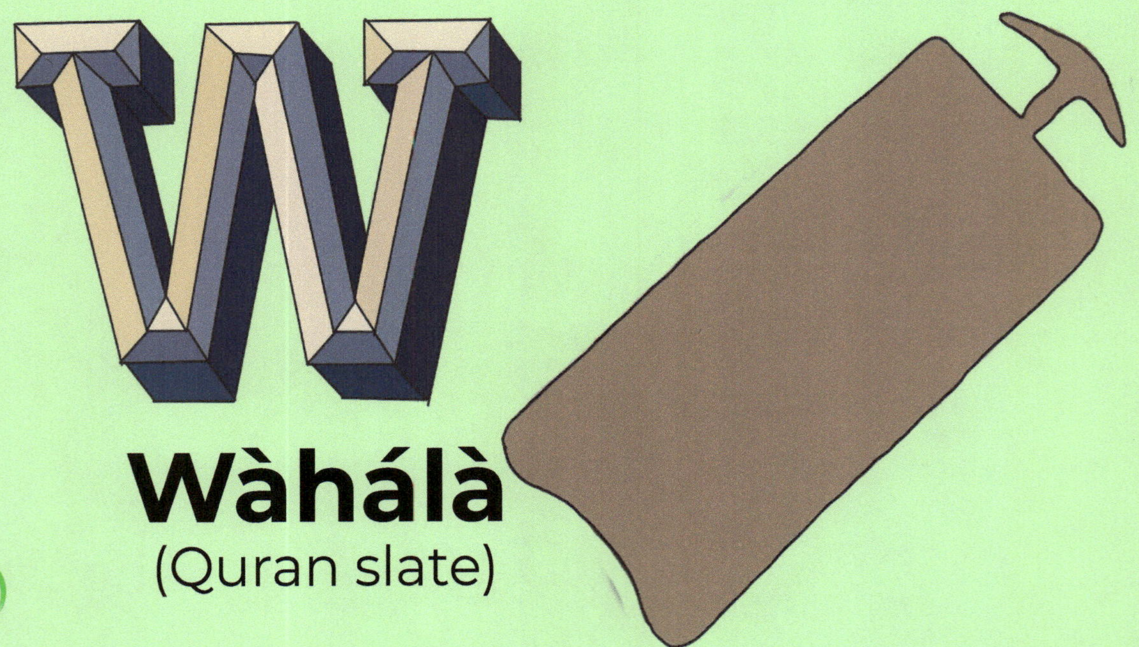

Wàhálà

(Quran slate)

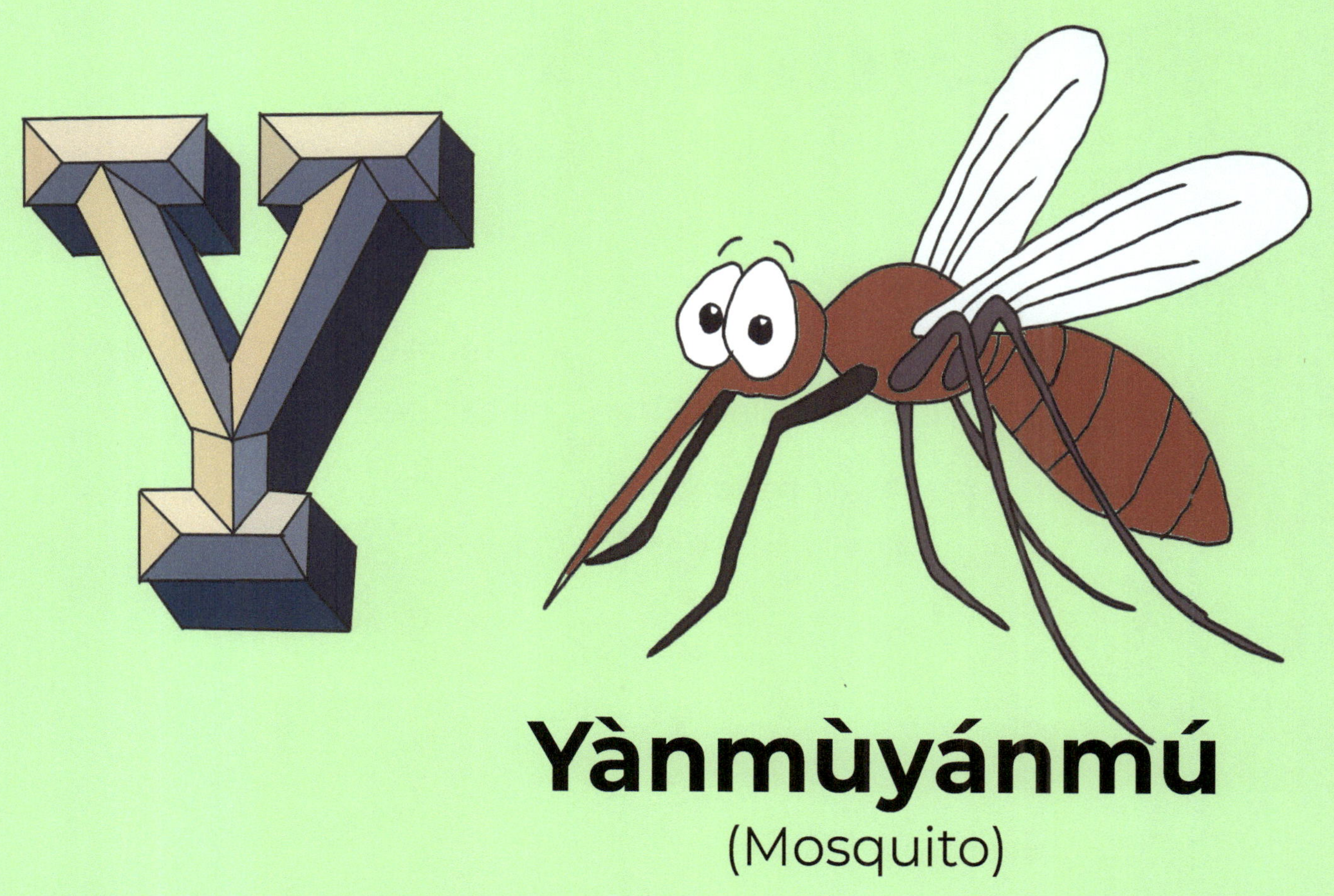

Yànmùyánmú

(Mosquito)

Tone mark

So many Yoruba words have the same spelling but totally different meaning. It is the tone mark that helps to differentiate and identify how it is been used in a sentence.

We have **three categories of tone marks** in Yoruba Language namely;

Do - "\\" **(DoH)** — a slanting sign from left to right side with a low pitch sound.

Re - " " **(ReH)** — no sign with a neutral pitch sound.

Mi – "/" (**Me**)

a slanting sign from right to left side with a high pitch sound.

Fún àpẹrẹ (*For example*);

Òjó – *name of a person (Note the tone mark on this word is "DoH Me")*

Òjò – *rain ("DoH DOH")*

Ojo – *fear ("ReH ReH")*

Igbá – *Calabash ("ReH Me")*

Igba – *The number 200 ("ReH ReH")*

Ìgbà – *Time ("DoH DOH")*

Ìgbá – *Garden egg ("DoH Me")*

Words and Opposite (Ọ̀rọ̀ àti Ìdàkejì)

This will help children to know the opposite of some common Yoruba words.

Dúdú (black)

Funfun (white)

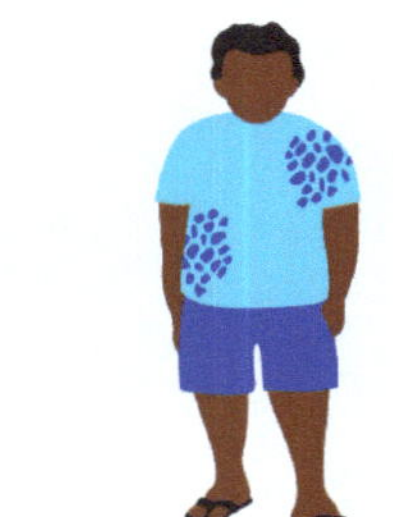

Kúkurú (short)

Gíga (tall)

Ọkùnrin (male)

Obìnrin (female)

Bàbá (father)

ìyá (mother)

Ẹ̀gbọ́n (elder)

Àbúrò (junior)

Tutù (cold)

Gbóná (hot)

Dìde (stand)

Jóòkó (sit)

Words and Opposite (Ọ̀rọ̀ àti Ìdàkejì)

This will help children to know the opposite of some common Yoruba words.

Sùn (sleep)

Jí (wake)

Omidan (single lady)

Abiléko (married lady)

Dákẹ́ (keep quiet)

P'ariwo (make noise)

Onílé (host)

Àlejò (visitor)

Sáré (run)

Rìn (walk)

Wúwo (heavy)

Fúyẹ́ (light)

Noun and Pronoun

Adé ń lọ sí oko (Adé ni ọ̀rọ̀ orúkọ)

Ade is going to the farm

(Ade is the noun)

Àbúrò mi ni Bọ́lá jẹ́ (Bọ́lá ni ọ̀rọ̀ orúkọ)

My brother/sister is Bola

(Bola is the noun)

Akin ń gbá bọ́ọ̀lù

(Akin àti bọ́ọ̀lù ni ọ̀rọ̀ orúkọ)

Akin is playing football

(Akin and football are the noun)

Pronoun (Ọ̀rọ̀ arópọ̀ Orúkọ) – This is used to replace or substitute a noun.

Below are examples of pronoun;

Personal Pronoun

Èmi - *I*

Ìwọ - *You (Singular)*

Òun/Ó - *He/She/It*

Àwa - *We*

Ẹ̀yin/Ẹ - *You (Plural)*

Àwọn/Wọ́n - *They*

Adé ń s'áré.
Ade is running.
This can be replaced with;
Ó ń s'áré (**Ó** *has been used to replace* **Adé**)
He is running.
Akin, Olú, Bọ́lá àti Sọlá ń lọ sí ilé ìwé.
(**Akin, Olú, Bọ́lá** *and* **Sọlá** *are going to school*)
This can be replaced with;
Wọ́n ń lọ sí ilé ìwé
 They are going to school

The Yoruba people tend to use pronoun in a respectful manner most especially when the person is older, elder, prominent, in authority.

The plural form of pronoun such as **"Ẹ"**

(*A shorter form of* **Ẹ̀yin**) is normally used.

For example

Ṣé ẹ fẹ́ jẹun?

Do you want to eat?

This sentence has been used for a single person in a respectful manner.

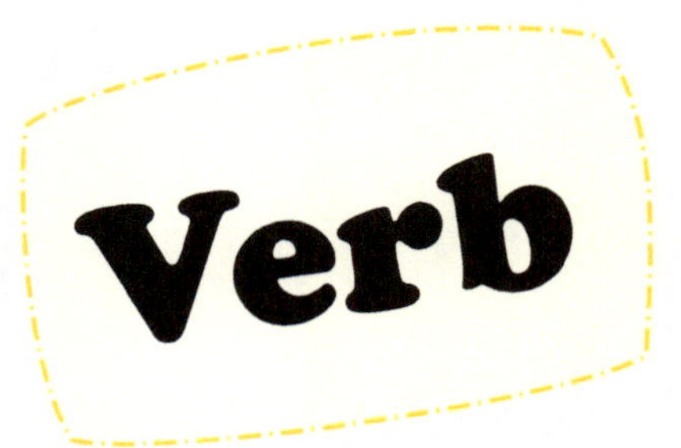 Verb

For example;

Mò ń gé igi (gé ni ọ̀rọ̀ ìṣe)
I am cutting the tree
*(cutting (**gé**) is the verb)*

Ṣọlá ń sáré (sáré ni ọ̀rọ̀ ìṣe)
Sola is running
*(running (**sáré**) is the verb)*

Bọ́lá ń jóòkó (jóòkó ni ọ̀rọ̀ ìṣe)
Bola is sitting
*(sitting (**jóòkó**) is the verb)*

Mò ń jẹun (jẹun ni ọ̀rọ̀ ìṣe)
I am eating
*(eating (**jẹun**) is the verb)*

Adé àti Ọlá ń gbá bọ́ọ́lù (gbá ni ọ̀rọ̀ ìṣe)
*Ade and Ola are playing ball (playing (**gbá**) is the verb)*

SUNDAY	**Àìkú**
MONDAY	**Ajé**
TUESDAY	**Ìségun**
WEDNESDAY	**Ọjọ́rú**
THURSDAY	**Ọjọ́bọ̀**
FRIDAY	**Ẹtì**
SATURDAY	**Àbámẹ́ta**

Months of the year

Ṣẹẹrẹ - *January*

Èrèlé - *February*

Ẹrẹ́nà - *March*

Igbe - *April*

Èbìbí - *May*

Okúdù - *June*

Agẹmo - *July*

Ògún - *August*

Ọwẹ́wẹ̀ - *September*

Òwàrà - *October*

Beelu - *November*

Ọpẹ - *December*

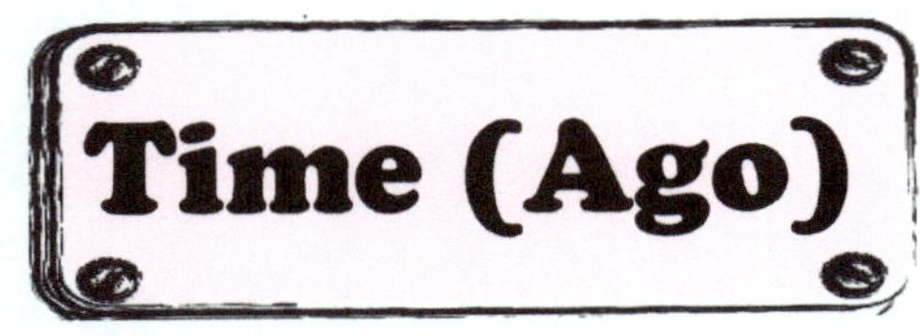

6:00 a.m. - **Ago mẹ́fà** (6) **Àárọ̀** (*a.m.*)

9:00 a.m. - **Ago mẹ́ẹ̀sán** (9) **Àárọ̀** (*a.m.*)

1:00 p.m. - **Ago kan** (*1*) **Ọ̀sán** (*p.m.*)

3:00 p.m. - **Ago mẹ́ta** (*3*) **Ọ̀sán** (*p.m.*)

3:45 p.m. - **Ago mẹ́rin ku ìsẹ́jú mẹ́ẹ̀dógún ọ̀sán**
*Fifteen (**mẹ́ẹ̀dógún**) minutes (**ìsẹ́jú**) to Four (**mẹ́rin**) p.m. (afternoon- **ọ̀sán**) , **ku** - remains*

6:15 p.m. - **Ago mẹ́fà kọjá ìsẹ́jú mẹ́ẹ̀dógún ìrọ̀lẹ́**
*Fifteen (**mẹ́ẹ̀dógún**) minutes (**ìsẹ́jú**) past six (**mẹ́fà**) p.m. (evening- **ìrọ̀lẹ́**), **kọjá** -past*

8:30 p.m. - **Ago mẹ́ẹ̀jọ** (*8*) **àbọ̀** (*half*) **alẹ́** (*p.m. - night*)

10:30 p.m. - **Ago mẹ́ẹ̀wá** (*10*) **àbọ̀** (*half*) **alẹ́** (*p.m.- night*)

Part of Body

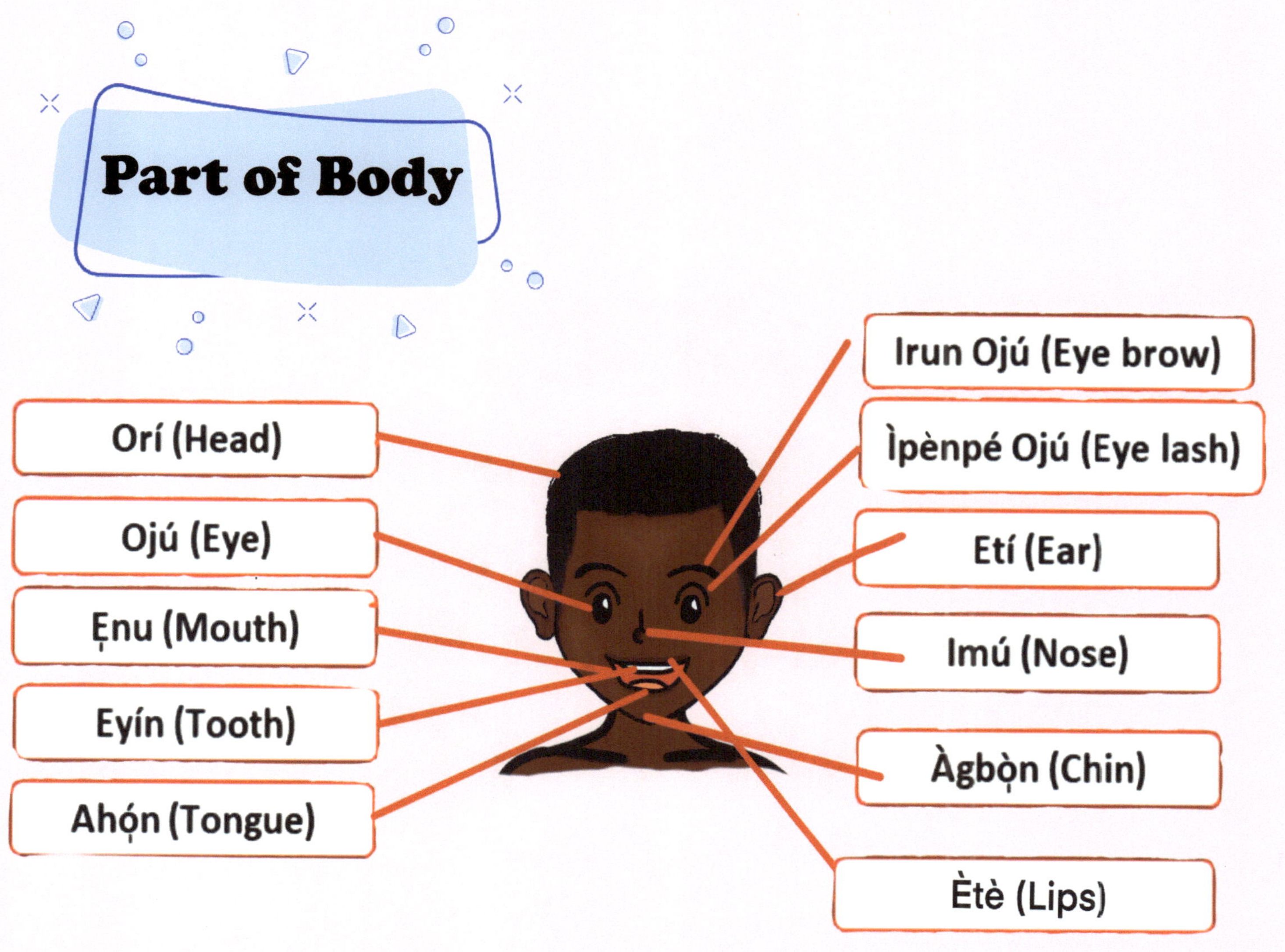

Irun - *Hair* **Orí** - *Head* **Ìpàkó** – *Back of head* **Iwájú orí** - *Forehead*

Ìpénpé ojú – *Eye lash* **Ojú** - *Eye* **Imú** - *Nose* **Etí** - *Ear* **Ẹnu** - *Mouth*

Ọrùn - *Neck* **Ẹ̀kẹ́** - *Cheek* **Ètè** - *Lip* **Eyín** - *Teeth* **Ahọ́n** - *Tongue*

Àgbọ̀n - *Chin* **Ọrùn** - *Neck*

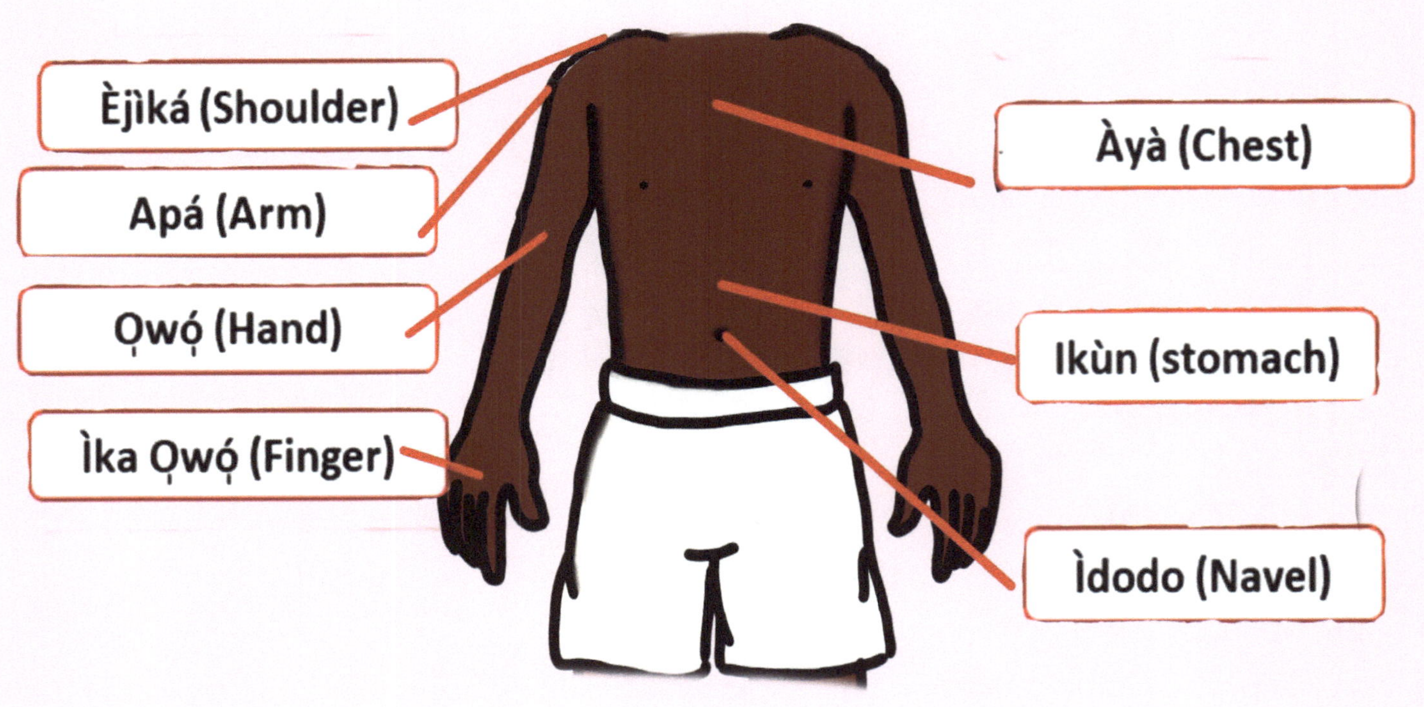

Èjìká - *Shoulder* **Apá** - *Arm* **Ìgúnpá** - *Elbow* **Àyà** - *Chest* **Ọwọ́** - *Hand*

Ọmọ ìka ọwọ́ - *Fingers* **Ọyàn** - *Breast* **Ikùn** - *Stomach*

31

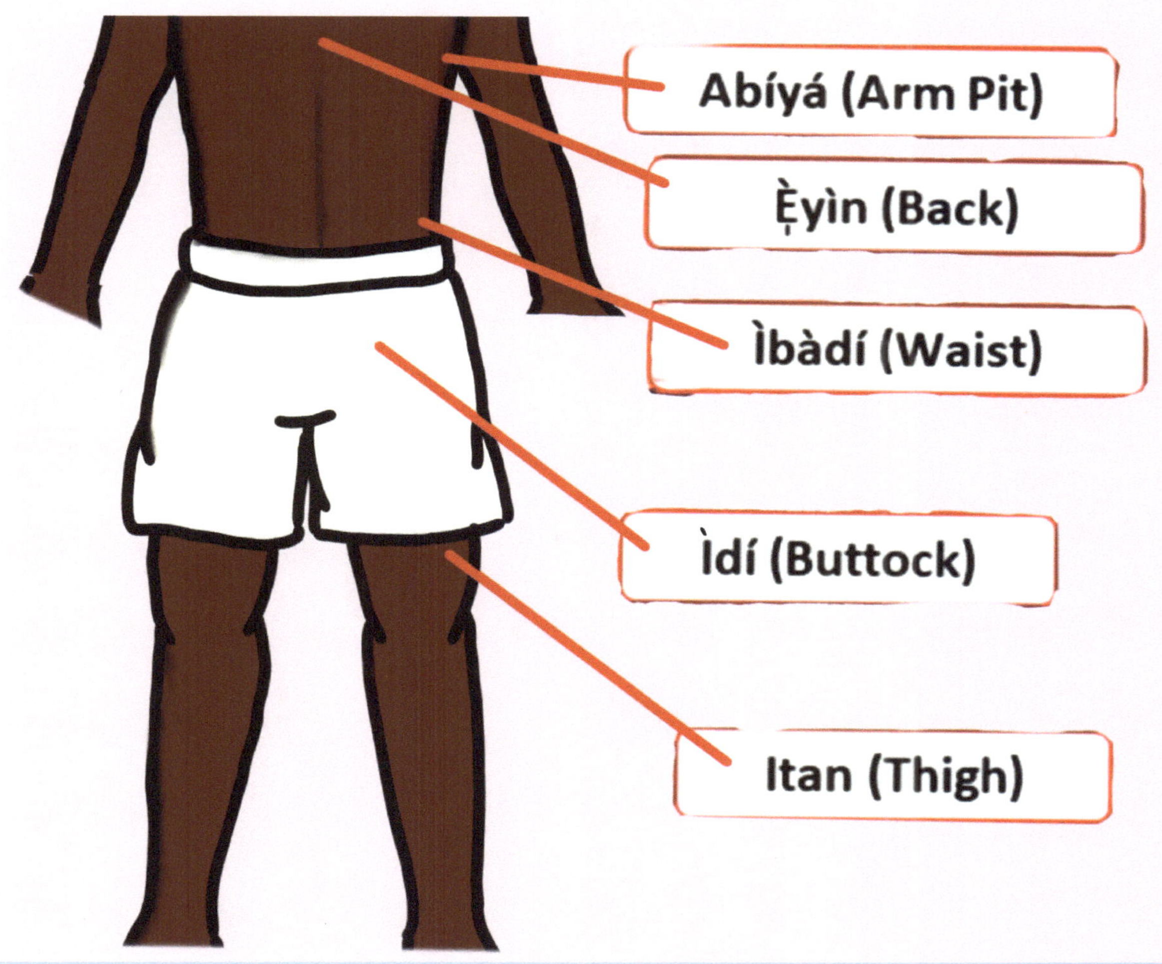

Itan - *Thigh* **Ẹsẹ̀** - *Leg* **Ọmọ ìka ẹsẹ̀** - *Toes* **Ẹ̀yìn** - *Back* **Ìdí** – *Buttock/ bottom* **Èékánná** - *Nail*

32

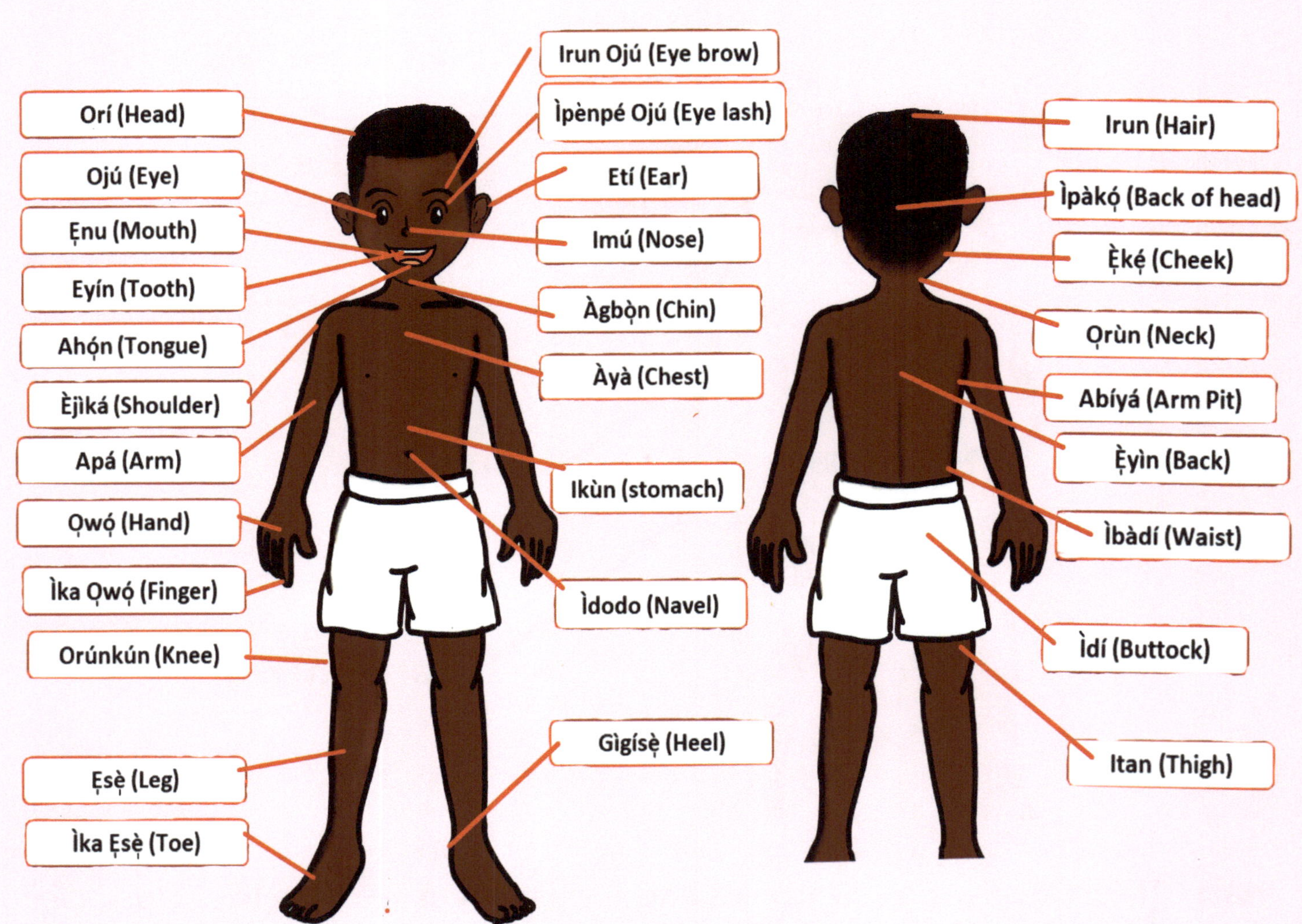

Orí (Head)
Ojú (Eye)
Ẹnu (Mouth)
Eyín (Tooth)
Ahọ́n (Tongue)
Èjìká (Shoulder)
Apá (Arm)
Ọwọ́ (Hand)
Ìka Ọwọ́ (Finger)
Orúnkún (Knee)
Ẹsẹ̀ (Leg)
Ìka Ẹsẹ̀ (Toe)
Irun Ojú (Eye brow)
Ìpènpé Ojú (Eye lash)
Etí (Ear)
Imú (Nose)
Àgbọ̀n (Chin)
Àyà (Chest)
Ikùn (stomach)
Ìdodo (Navel)
Gìgísẹ̀ (Heel)
Irun (Hair)
Ìpàkọ́ (Back of head)
Ẹkẹ́ (Cheek)
Ọrùn (Neck)
Abíyá (Arm Pit)
Ẹ̀yìn (Back)
Ìbàdí (Waist)
Ìdí (Buttock)
Itan (Thigh)

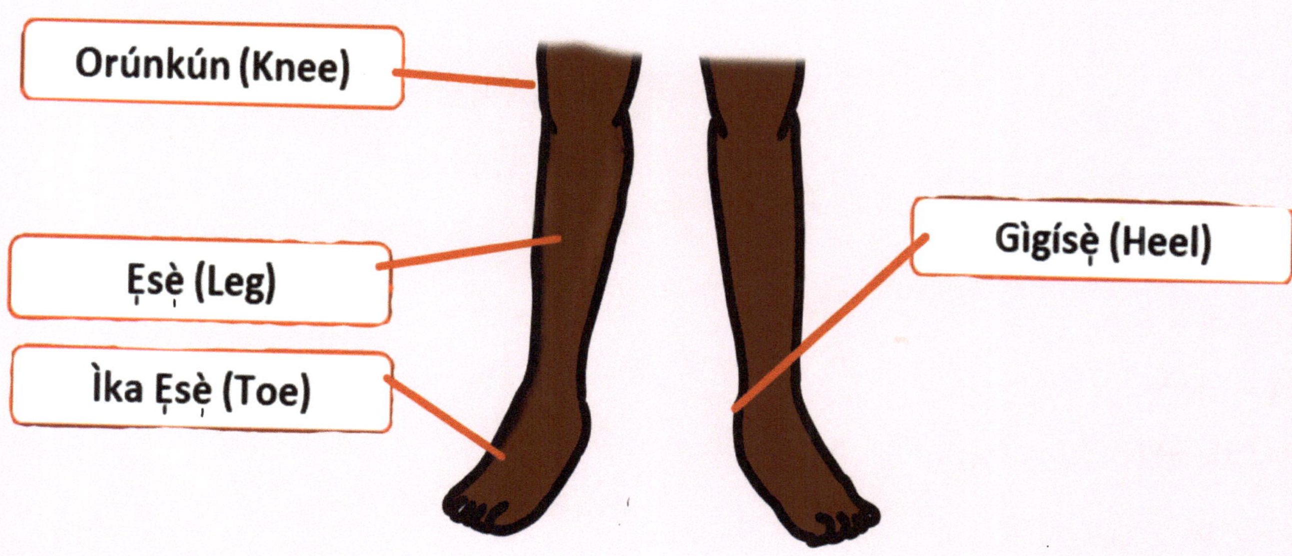

Orúnkún (Knee)
Ẹsẹ̀ (Leg)
Ìka Ẹsẹ̀ (Toe)
Gìgísẹ̀ (Heel)

Ọjọ́ - *Day*
Ọsẹ̀ - *Week*
Osù - *Month*
Ìgbà - *Season*
Àkókò - *Time*
Wákàtí - *Hour*
Ìsẹ́jú - *Minute*
Ìsẹ́jú àáyá - *Second*
Ìgbà - *Season*
Ìgbà òjò - *Raining season*
Ìgbà ẹ̀ẹ̀rùn - *Dry season*
Ìgbà òtútù - *Winter*

Ìgbà Ooru - *Summer*
Òní - *Today*
Àná - *Yesterday*
Òla - *Tomorrow*
Ọ̀túnla - *Day after Tomorrow*
Ìdájí - *Dawn*
Àsálẹ́ - *Dusk*
Àárọ̀ - *Morning*
Ìyálẹ̀ta - *Noon*
Ọsán - *Afternoon*
Ìrọ̀lẹ́ - *Evening*
Alẹ́ - *Night*
Òru - *Mid night*

Ẹkú ìdájí – (Early morning)

Ẹ k'áàrọ̀ – Good Morning

Ẹ k'áàsán – Good Afternoon

Ẹkú ìròlẹ́ – Good Evening (From 5pm till 7pm)

Ẹ k'áalẹ́ - Good Evening (From 7 pm till 12 midnight)

Ó d' àárọ̀ - Good night

Ó d'à*bò - Goodbye

Ẹ k'áàbọ̀ - Welcome

Ẹkú ilé – (Response by someone being welcomed)

Ó tójọ́ẹ́ ta / Ẹ kú àtijọ́ – It's been a while.

Ẹ kú isẹ́ – Well done (at work)

Ẹ kú orí ire - Congratulations

For example,
During the raining season;
A kú òjò yí o, òjò yóò tùwá l'ára

When it is so hot, we say;
A kú ooru yí o

When it is dry season;
A kú ọ̀gbẹ̀lẹ̀ yí o *or* **A kú ẹ̀rùn yí o**

When it is sunny season;
A kú òrùn yí o

During Festive period;
A kú ọdún o

During child's birth

Ẹ kú ewu ọmọ.

During fasting

A kú àwẹ̀

During holiday

A kú ìsimi

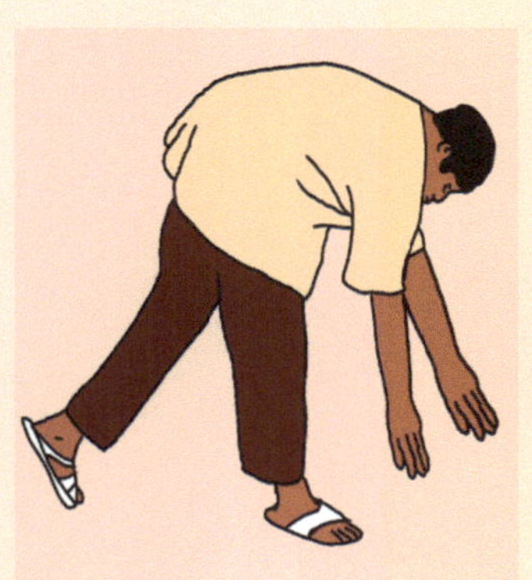

Girls always *kneel down* while the boys will *prostrate* to greet their parents or other adults.

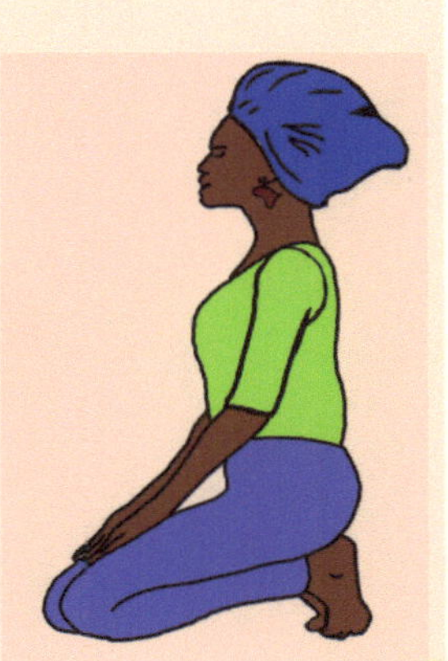

www.ingramcontent.com/pod-product-compliance
Lightning Source LLC
Chambersburg PA
CBHW042125030726
47599CB00002B/346